Impressum
Verlag: BABADADA GmbH, Nedderfeld 112 , 22529 Hamburg
Geschäftsführer / Verlagsleitung: Harald Hof
Druck: Books on Demand GmbH, In de Tarpen 42, 22848 Norderstedt

Imprint
Publisher: BABADADA GmbH, Nedderfeld 112 , 22529 Hamburg, Germany
Managing Director / Publishing direction: Harald Hof
Print: Books on Demand GmbH, In de Tarpen 42, 22848 Norderstedt

1

salle de classe
icyumba k'ishuri

diviser
kugabanya

186/2

tableau noir
ikibaho

cour de récréation
ikibuga cyo gukiniramo

enseignant
umwarimu

papier
urupapuro

écrire
kwandika

stylo
ikaramu

bureau
ameza yo kwandikiraho

règle
iregere

livre
igitabo

élève
umunyeshuri bo mu mashuri abanza

sac d'école

agahago k'ishuri

trousse

agasanduku k'amakaramu
y'igiti

crayon

ikaramu y'igiti

taille-crayon

tayekereyo

gomme

igome

carnet à dessin

ikayi yo gushushanya

dessin

igishushanyo

pinceau

uburoso bwo gusigisha

boîte de peinture

agasanduku k'amarangi y'amabara

ciseaux

umukasi

colle

kore

cahier d'exercices

ikayi y'imyitozo

tâches

umukoro w'imuhira

chiffre

umubare

additionner

guteranya

soustraire

gukuramo

multiplier

gukuba

calculer

kubara

lettre

ibaruwa

alphabet

inyuguti uko zikurikirana

mot

ijambo

texte

umwandiko

lire

gusoma

craie

ingwa

leçon

isomo

livre de classe

igitabo cyo
kwiyandikishamo

examen

ikizami

certificat

impamyabumenyi

uniforme scolaire

umwambaro w'ishuri

formation

uburezi

lexique

inkoranyamagambo

université

kaminuza

microscope

mikorosikope

carte

ikarita

corbeille à papier

pubere

hôtel
hoteli

auberge
inzu y'amacumbi

bureau de change
ku muvunjayi

valise
ivarisi

voiture
imodoka

langue

ururimi

oui / non

yego / oya

d'accord

Yego

Salut

bite

interprète

umusemuzi

merci

Murakoze

Combien coûte...?
ni angahe...?

Je ne comprends pas
Sinsobanukiwe

problème
ikibazo

Bonsoir!
wiriwe!

Bonjour!
Waramutse

Bonne nuit!
Ijoro ryiza

Au revoir
bayi

direction
ikerekezo

bagages
imizigo

sac
igikapo

sac-à-dos
igikapo baheka

hôte
umushyitsi

pièce
icyumba

sac de couchage
agafuko baryamamo

tente
ihema

office de tourisme

makuru y'ahasurwa na ba mukerarugendo

plage

ku musenyi wo ku mazi

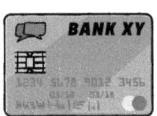

carte de crédit

ikarita ya banki

petit-déjeuner

ifunguro ryo gusamura

déjeuner

ifunguro rya ku manywa

dîner

ifunguro rya nimugoroba

billet

itike

ascenseur

asanseri

timbre

itembure

frontière

umupaka

douane

gasutamo

ambassade

ambasade

visa

viza

passeport

pasiporo

voyage - urugendo

7

avion
indege

navire
ubwato bunini

véhicule de pompiers
imodoka y'abazimyamuriro

bus
bisi

camion
ikamyo

bateau à moteur
ubwato bwa moteri

bicyclette
igare

voiture
imodoka

ferry

ubwato bwambutsa imizigo
n'abantu

barque

ubwato

moto

ipikipiki

voiture de police

imodoka ya polisi

voiture de course

imodoka ya kuruse

voiture de location

imodoka ikodeshwa

autopartage
gusangira imodoka

dépanneuse
imodoka iterura izindi

benne à ordures
imodoka iyora imyanda

moteur
moteri

essence
lisansi

station d'essence
sitasiyo ya lisansi

panneau indicateur
cyapa kiyobora imodoka

trafic
urujya n'uruza rw'imodoka

embouteillage
ambuteyaje

parking
parikingi y'imodoka

gare
gare ya gariyamoshi

rails
inzira ya gariyamoshi

train
gariyamoshi

tram
bisi ikoresha
amashanyarazi

wagon
agatete k'imizigo gakururwa
n'imodoka

hélicoptère

kajugujugu

aéroport

ikibuga k'indege

tour

umunara

passager

umugenzi

container

konteneri

carton

ikarito

chariot

akagorofani ko mu iduka

corbeille

agaseke

décoller / atterrir

kuguruka / kururuka

ville

umugi

village

umudugudu

centre-ville

mu mujyi rwagati

maison

inzu

cinéma
inzu ya sinema

publicité
amashusho yamamaza

réverbère
itara ryo ku muhanda

rue
agahanda

taxi
tagisi

kiosque
kiyosike

piéton
umunyamaguru

trottoir
inzira y'abanyamaguru

passage piéton
imirongo abagenzi bambukiraho umuhanda

poubelle
pubere

carrefour
amasangano

feux de circulation
feruje

CINEMA

cabane
akaruri

appartement
inzu ifatanye n'izindi

gare
gare ya gariyamoshi

mairie
ibiro bya meya

musée
inzu ndangamurage

école
ishuri

université
kaminuza

banque
banki

hôpital
ibitaro

hôtel
hoteli

pharmacie
farumasi

bureau
ibiro

librairie
inzu bagurishirizamo ibitabo

magasin
iduka

fleuriste
umucuruzi w'indabo

supermarché
amangazini manini

marché
isoko

grand magasin
idepo

poissonnerie
umucuruzi w'amafi

centre commercial
iduka rinini

port
icyambu

parc

parike

banque

intebe y'urubaho

pont

iteme

escaliers

amadarajya

métro

inzira yo munsi y'ubutaka

tunnel

umuhanda wo munsi y'ubutaka

arrêt de bus

icyapa cya bisi

bar

bare

restaurant

resitora

boîte à lettres

gasanduku k'amabaruwa

panneau indicateur

icyapa cyo ku muhanda

parcomètre

mubazi ya parikingi

zoo

zoo

réverbère

pisine

mosquée

umusigiti

ferme
ifamu

pollution
kwangiza umwuka

cimetière
irimbi

église
ikiriziya

aire de jeux
ikibuga k'imikino

temple
urusengero

paysage
umurambi

feuille
ikibabi

panneau indicateur
icyapa kiyobora

chemin
inzira

pré
umukenke

pierre
ibuye

randonneur
umuntu utembera mu misozi

arbre
igiti

rivière
umugezi

herbe
ibyatsi

fleur
indabo

vallée

ikibaya

montagne

agasozi

lac

ikiyaga

forêt

ishyamba

désert

ubutayu

volcan

ikirunga

château

ingoro

arc-en-ciel

umukororombya

champignon

icyobo

palmier

ikigazi

moustique

umubu

mouche

isazi

fourmis

intozi

abeille

uruyuki

araignée

igitagangurirwa

scarabée

ikivumvuri

grenouille

igikeri

écureuil

inkima

hérisson

imbuni

lapin

urukwavu

chouette

igihunyira

oiseau

inyoni

cygne

igishuhe

sanglier

isatura

cerf

ingeragere

élan

impongo

barrage

urugomero

éolienne

igipanga kikaraga kikazana
umuyaga

panneau solaire

urubaho rukurura imirasire

climat

ikirere

serveur
umuseriveri

menu
ibiryo byateguwe

chaise
intebe

soupe
isupu

pizza
piza

services
ibikoresho byo kumeza

nappe
igitambaro cyo gutegura ku meza

hors d'œuvre

aperitifu

plat principal

isahani nkuru

dessert

deseri

boissons

ibinyobwa

alimentation

ibiribwa

bouteille

icupa

fast-food

ibiryo barya bagenda

plats à emporter

ibiryo byo kumuhanda

théière

ibirika y'icyayi

sucrier

agakombe k'isukari

portion

isahani y'ibiryo

machine à expresso

imashini y'ikawa ya esipereso

chaise haute

intebe ndende

facture

inyemezabuguzi

plateau

ipurato

couteau

icyuma

fourchette

ikanya

cuillère

ikiyiko

cuillère à thé

akayiko k'icyayi

serviette

seriviyete

verre

ikirahure cyo kunywesha

assiette
isahani

assiette à soupe
isahani y'isupu

soucoupe
agasutasi

sauce
isosi

salière
agacupa k'umunyu

moulin à poivre
agasekuru k'urusenda

vinaigre
vinegere

huile
amavuta

épices
ibirunge

ketchup
kecapu

moutarde
mutaride

mayonnaise
mayonezi

supermarché
amangazini manini

offre promotionnelle
igiciro kidasanzwe

client
umukiriya

produits laitiers
ibiva mu mata

FOR

fruits
imbuto

caddie
akagorofani ko mu iduka

boucherie

busheri

boulangerie

buranjeri

peser

gupima ibiro

légumes

imboga

viande

inyama

aliments surgelés

ibiryo bakonjesheje

charcuterie

inyama zikonje

conserves

ibiryo byo mu makopo

poudre à lessive

isabune y'ifu

bonbons

bombo

articménagers

ibikoresho byo mu rugo

détergents

imiti isukura

vendeuse

umucuruzikazi

caisse

kukesa

caissier

umubitsi

liste d'achats

urutonde rwo guhaha

heures d'ouverture

amasaha haba hafunguye

portefeuille

ipotomoni

carte de crédit

ikarita ya banki

sac

umufuka

sac en plastique

imifuko ya pulasitike

eau

amazi

jus de fruit

umutobe

lait

amata

coca

koka

vin

divayi

bière

byeri

alcool

inzoga

chocolat chaud

shokora ishyushye

thé

icyayi

café

ikawa

expresso

ikawa ya esipereso

cappuccino

kapucino

banane

umuneke

pomme

pome

orange

icunga

melon

wotameloni

citron

indimu

carotte

karoti

ail

tungurusumu

bambou

umugano

oignon

urutunguru

champignon

icyoba

noisettes

ubunyobwa

pâtes

amakaroni

spaghettis

spageti

riz

umuceri

salade

salade

frites

udufiriti

pommes de terre rôties

ibirayi by'ifiriti

pizza

piza

hamburger

hamburugeri

sandwich

sanduwici

escalope

escalope

jambon

jambo

salami

salami

saucisse

sosiso

poulet

inkoko

rôti

kotsa

poisson

ifi

flocons d'avoine

igikoma cy'uburo

muesli

pisitashi

cornflakes

impeke

farine

ifu

croissant

kuruwasa

petits-pains

amandazi

pain

umugati

pain grillé

umugati wumishijwe

biscuits

ibisuguti

beurre

amavuta

fromage blanc

forumaje year

gâtcau

keke

œuf

igi

œuf au plat

umureti

fromage

forumaje

glace

ayisikirimu

sucre

isukari

miel

ubuki

confiture

konfitire

crème nougat

shokora

curry

kiri

ferme
inzu yo mu ifamu

botte de paille
umuba w'ubwatsi

grange
ikigega

champ
umurima

cheval
ifarasi

remorque
rukururana

poulain
ifarasi ikiri nto

tracteur
Tingatinga

âne
ipunda

agneau
intama

mouton
intama

chèvre	vache	veau
ihene	inka	umutavu
porc	porcelet	taureau
ingurube	ikibwana k'ingurube	ikimasa

oie

igishuhe

canard

imbata

poussin

umushwi

poule

inkokokazi

coq

isake

rat

imbeba

chat

injangwe

souris

imbeba

bœuf

ikimasa

chien

imbwa

chenil

ikiruka

tuyau de jardin

itiyo ijyana mu karima

arrosoir

arozuwari

faucheuse

najuru

charrue

imashini ihinga

faucille

najuru

pioche

isuka

fourche

rato

hache

ishoka

brouette

ingorofani

cuve

ikibumbiro

pot à lait

inkongoro

sac

igunira

clôture

urugo

étable

ikiraro

serre

inzu ihingwamo

sol

ubutaka

semences

imbuto zo gutera

engrais

ifumbire

moissonneuse-batteuse

imashini isarura

récolter

gusarura

récolte

umusaruro

igname

ibikoro

blé

ingano

soja

soya

pomme de terre

ikirayi

maïs

ikigori

colza

umwayi weze

arbre fruitier

igiti k'imbuto

manioc

umwumbati

céréales

impeke

cheminée
shemine

toit
igisenge

gouttière
umureko

fenêtre
idirishya

garage
igaraji

sonnette
inzogera yo ku muryango

porte
umuryango

poubelle
pubere

boîte aux lettres
agasanduku k'amabaruwa

jardin
ubusitani

salon

icyumba cy'uruganiriro

chambre de bain

ubwogero

cuisine

igikoni

chambre à coucher

icyumba cyo kuraramo

chambre d'enfant

icyumba cy'abana

salle à manger

uburiro

sol

hasi

mur

urukuta

plafond

purafo

cave

kave

sauna

sawuna

balcon

urubaraza

terrasse

ku rubaraza

piscine

pisine

tondeuse à gazon

imashini ikupakupa

fourre de duvet

umwenda utwikira

couette

kuvureri

lit

igitanda

balai

umweyo

sceau

indobo

interrupteur

enteributeri

papier peint
urupapuro rwomekwa ku rukuta

image
ifoto

lampe
itara

étagère
etajere

armoire
akabati

télé
televiziyo

cheminée
shemine

fleur
indabo

coussin
umusego

canapé
ifoteyi nini

vase
icyungo k'indabo

télécommande
terekomande

tapis
itapi

rideau
rido

table
ameza

chaise
intebe

chaise à bascule
intebe yizengurutsa

fauteuil
ifoteyi

livre

igitabo

couverture

uburingiti

décoration

umutako

bois de chauffage

inkwi

film

filimi

chaîne hi-fi

ibikoresho bya hifi

clé

urufunguzo

journal

ikinyamakuru

peinture

ishusho

poster

icyapa

radio

iradiyo

bloc-notes

ikarine

aspirateur

umweyo wa kizungu
ukoresha umwka

cactus

ikimungu

bougie

buji

four à micro-ondes
mikorowonde

frigo
firigo

balance de cuisine
umunzani wo mu gikoni

toasteur
akuma kumisha umugati

détergent
umuti wo kogesha ibyombo

four
ifuru

compartiment congélateur
igice cya firigo gikonjesha cyane

poubelle
pubere

lave-vaisselle
imashini yoza ibyombo

four

iziko

casserole

icyungo

marmite

inkono y'icyuma

wok/kadai

ipanu ifukuye cyane

poêle

ipanu

bouilloire électrique

ibirika

cuiseur vapeur

isafuriya ya peresiyo

plaque de cuisson

isahani yo mu ifuru

vaisselle

ibyombo

gobelet

igikombe

bol

isorori

baguettes

uduti abashinwa barisha

louche

ikiyiko kigabura

spatule

Ikiyiko cyarura ifiriti

fouet

umutozo

passoire

paswari

tamis

akayunguruzo

râpe

agaharuzo ka karoti

mortier

isekuru

barbecue

icyokezo

cheminée

shomine

planche à découper
akabaho ko gukatiraho
imboga

rouleau à pâtisserie
umwuko

tire-bouchon
urufunguzo rwa divayi

boîte
agakopo

ouvre-boîte
urufunguzo rw'amakopo

maniques
umukondo w'icyungo

lavabo
ravabo

brosse
uburoso

éponge
iponji

mixeur
mixer

congélateur
firigo itambitse

biberon
bibero

robinet
robine

chauffage
umushyushya

douche
robine imishagira amazi ku mubiri mu bwogero

serviette
isume

rideau de douche
rido y'ubwogero

bain moussant
isabune y'ifuro yo koga

baignoire
umuvure w'ubwogero

verre
ikirahure cyo kunywesha

machine à laver
imashini imesa

robinet
robine

carrelage
amakaro

pot
igikono bitumamo

lavabo
ravabo

toilettes
ubwiherero

toilette à turque
umusarani wo gusutama

bidet
igikono cy'ubwiherero bwo
mu nzu

urinoir
aho bihagarika

papier toilette
papiyejenike

brosse à toilette
uburoso bwo mu bwiherero

brosse à dents

uburoso bw'amenyo

dentifrice

korogati

fil dentaire

akagozi ko kwihaganyuza
amenyo

laver

gukaraba

douche manuelle

akamishagira amazi ku
mubiri bafata mu ntoki

douche intime

ubwogero bw'amazi yisuka

vasque

vabo bakarabiramo intoki

brosse dorsale

uburoso bwo kwitsiritisha
mu mugongo

savon

isabune

gel douche

sabune yo mu bwogero

shampooing

isabune yo kumeshesha
umusatsi

gant de toilette

icyangwe cyo kwiyuhagiza

écoulement

uyobora amazi yanduye

crème

ikimuri

déodorant

umubavu

miroir

ikirori cyo mu ntoki

miroir cosmétique

ikirori cyo mu ntoki

rasoir

urwembe

mousse à raser

ifuro ryo kurinda imiburu

après-rasage

umuti ukingira imiburu

peigne

igisokozo

brosse

uburoso

sèche-cheveux

imashini yumisha umusatsi

laque pour cheveux

amarashi y'umusatsi

fond de teint

igishahuro cyo kwitera

rouge à lèvres

rujalevure

vernis à ongles

verini y'inzara

ouate

ipamba

coupe-ongles

agasena inzara

parfum

umubavu

trousse de toilette

agafuka k'ibikoresho byo
mu bwogero

tabouret

intebe

balance

umunzani

peignoir

ikanzu yo kujyana mu
bwogero

gants de nettoyage

udupfukantoki two
gusukuza

tampon

urubindo

serviettes hygiéniques

udupapuro two
vihanaguza mu bwiherero

toilette chimique

ubwiherero bwimukanwa

réveil
inzogera y'isaha ikangura

doudou
igipupe gikoze mu myenda

voiture jouet
udukinisho tw'imodoka

hochet
ikinyuguri

maison de poupée
inzu y'ibipupe

cadeau
impano

ballon

ballon

lit

igitanda

poussette

agapusipusi

jeu de cartes

amakarita

puzzle

kubaka ishusho
bacagaguye

bande dessinée

inkuru isetsa

pièces lego

ucomekanya udutafari

blocs de construction

udutafari tw'udukinisho

figurine

igikinisho

grenouillère

ipinjama y'uruhinja

frisbee

gutera indege

mobile

terefoni ngendanwa

jeu de société

imikino yo kuganiriraho

dé

igisoro

train miniature

gariyamoshi y'igikinisho

sucette

ikinyonyo

fête

umunsi mukuru

livre d'images

arubumu

balle

umupira

poupée

agapupe

jouer

gukina

bac à sable

igikarito cy'umucanga

balançoire

urwicundo

jouets

ibikinisho

console de jeu

agasanduku k'imikino yo
kuri videwo

tricycle

akagare k'imipine itatu

ours en peluche

igipupe k'ibyoya

armoire

akabati k'imyenda

vêtements
imyambaro

chaussettes

amasogisi

bas

amasogisi afatanye n'ikariso

collant

kora

écharpe
akitero

parapluie
umutaka

t-shirt
agapira ko hejuru

ceinture
umukandara

bottes
bote

pantoufles
inkweto zo kubyukana

baskets
superese

sandales
isandari

chaussures
inkweto

bottes de caoutchouc
bote za kawucu

linge de corps
imyenda y'imbere

soutien-gorge
isutiye

maillot de corps
isengeri

body
body

pantalon
ipantalo

jean
ikoboyi

jupe
ijipo

chemisier
ishati y'abagore

chemise
ishati

pull
umupira w'imbeho

pull-over à capuche
umupira w'ingofero

veste
agakoti

veste
ijaketi

manteau
ikoti

imperméable
ikoti ry'imvura

costume
umwambaro w'ibikino

robe
ikanzu

robe de mariée
ikanzu y'abageni

costume

kostitimu

chemise de nuit

ikanzu yo kurarana

pyjama

ipinjama

sari

nukenyero w'abahindikazi

foulard

igitambaro cyo mu mutwe

turban

urugori

burqa

umwitandiro uhisha isura

caftan

ikanzu ndende

abaya

igishura

maillot de bain

imyenda yo
kwidumbaguzanya

costume de bain

ikariso yo
kwidumbaguzanya

cuissettes

ikabutura

tenue d'entraînement

tereningi

tablier

itaburiya

gants

udupfukantoki

vêtements - imyambaro

bouton

igipesu

lunettes

amadarubindi

bracelet

igikomo

collier

umukufi

bague

impeta

boucle d'oreille

iherena

bonnet

ingofero

cintre

porutemanto

chapeau

ingofero

cravate

karuvati

fermeture éclair

imashini yo ku mwenda

casque

kasike

bretelles

amaburuteri

uniforme scolaire

umwambaro w'ishuri

uniforme

impuzankano

bavoir

agakingirankonda

sucette

ikinyonyo

couche

amaranje

serveur
seriveri

armoire d'archivage
akabati k'impapuro

imprimante
empirimante

papier
urupapuro

écran
ekara

bureau
ameza yo kwandikiraho

souris
suri

classeur
karaseri

clavier
karaviye

corbeille à papier
pubere

chaise
intebe

ordinateur
mudasobwa

tasse à café

igikombe k'ikawa

calculatrice

akabarisho

internet

enterineti

ordinateur portable

laputopu

lettre

ibaruwa

message

ubutumwa

portable

ngendanwa

réseau

netiwake

photocopieuse

fotokopiyeze

logiciel

porogaramu

téléphone

telefoni

prise

purize

fax

imashini yohereza fagisi

formulaire

fomu

document

inyandiko

acheter

kugura

payer

kwishyura

marchander

gucuruza

monnaie

amafaranga

dollar

idorari

euro

iyero

yen

iyeni

rouble

irubure

franc suisse

ifaranga ry'irisuwisi

renminbi yuan

iriyuwani

roupie

irupi

distributeur automatique

icyuma cya banki
babikurizaho

bureau de change

ku muvunjayi

or

zahabu

argent

feza

pétrole

peteroli

énergie

ingufu z'amashanyarazi

prix

igiciro

contrat

kontaro

taxe

tagisi

action

isoko ryo kugura no kugurisha

travailler

gukora

employé

umukozi

employeur

umukoresha

usine

uruganda

magasin

iduka

économie - ubukungu

agent de police
umupolisi

pompier
umuzimyamuriro

cuisinier
umutetsi

médecin
muganga

pilote
umupilote

jardinier

umujaridiniye

menuisier

umubaji

couturière

umudozi

juge

umucamanza

chimiste

umunyabutabire

acteur

umukinnyi wa filimi

conducteur de bus

umushoferi wa bisi

chauffeur de taxi

umushoferi wa tagisi

pêcheur

umurobyi

femme de ménage

umugore ushinzwe gukora
isuku

couvreur

umufundi usakara

serveur

umuseriveri

chasseur

umuhigi

peintre

umuntu usiga irangi

boulanger

Umuntu ukora imigati

électricien

Umuntu ukora mu
mashanyarazi

ouvrier

umufundi

ingénieur

injenyeri

boucher

umubazi

plombier

umutnu ukora mu mazi

facteur

umuparanto

soldat

umusirikare

architecte

umwubatsi

caissier

umubitsi

fleuriste

untu ukora mu by'indabo

coiffeur

kimyozi

contrôleur

komvuwayeri

mécanicien

umukanishi

capitaine

kapiteni

dentiste

muganga w'amenyo

scientifique

umuhanga muri siyansi

rabbin

rabi

imam

imamu

moine

umumwane

prêtre

umuyobozi w'idini

marteau
inyundo

tournevis
turunevisi

pinces
igifashi

clé
isupani

torche
itoroshi

pelleteuse

ipiki

boîte à outils

isanduku y'ibikoresho

échelle

urwego

scie

urukero

clous

imisumari

perceuse

itindo

réparer

gusana

pelle

igitiyo

Mince!

wo gacwa we

pelle

igitiyo

pot de peinture

igikombe k'irangi

vis

amavisi

instruments de musique
ibyuma by'umuziki

haut-parleur
umuzindaro

batterie
ingoma z'ikizungu

contrebasse
gitari y'ijwi ryo hasi

trompette
urumbeti

guitare
gitari

piano
piyano

violon
iningiri

basse
gitari idunda

timbales
sembare

tambour
ingoma

piano électrique
inanga ya kizungu

saxophone
sagisofone

flûte
umwirongi

microphone
indangururamajwi

entrée
umuryango

tigre
igitaragwe

cage
ikibuti

zèbre
imparage

alimentation animale
ibiryo by'amatungo

panda
panda

animaux

inyamaswa

éléphant

inzovu

kangourou

kanguru

rhinocéros

inkura

gorille

ingagi

ours

idubu

chameau

ingamiya

autruche

imbuni

lion

intare

singe

inguge

flamand rose

uruyongoyongo

perroquet

gasuku

ours polaire

idubu yo mu bukonie

pingouin

inyoni yo ku mazi

requin

igifi kinini

paon

inyoni y'amasunzu

serpent

inzoka

crocodile

ingona

gardien de zoo

umurinzi

phoque

umuhuri

jaguar

ingwe

poney

icyana k'ifarasi

léopard

ingwe

hippopotame

imvubu

girafe

umusumbarembo

aigle

inkona

sanglier

isatura

poisson

ifi

tortue

akanyamasyo

morse

igifi k'imikaka

renard

umuhari

gazelle

isha

american Football
Futuboro y'abanyamerika

cyclisme
gusiganwa ku magare

tennis
tenisi

basket-ball
Basiketi

natation
umukino wo koga

hockey sur glace
Hoke yo ku rubura

boxe
umukino w'amakofe

football
umupira w'amaguru

badminton
umukino wa badminton

athlétisme
abakina imikino
ngororamubiri

handball
handibolo

ski
guserereka kuri neje

polo
polo

rire
guseka

sauter
jusimbuka

embrasser
guhobera

marcher
kugenda

chanter
kuririmba

rêver
kurota

prier
gusenga

faire la bise
gusomana

écrire
kwandika

dessiner
gushushanya

montrer
kwerekana

pousser
gusunika

donner
gutanga

prendre
gufata

avoir

kugira

faire

gukora

être

kuba

être debout

guhaguruka

courir

kwiruka

trier

gukurura

jeter

kujugunya

tomber

kugwa

être couché

kuryama

attendre

gutegereza

porter

kwikorera

être assis

kwicara

s'habiller

kwambara

dormir

gusinzira

se réveiller

gukanguka

regarder
kureba

pleurer
kurira

caresser
kwagaza

peigner
gusokoza

parler
kuvuga

comprendre
gusobanukirwa

demander
kubaza

écouter
kumva

boire
kunywa

manger
kurya

ranger
gushyira ku murongo

aimer
gukunda

cuire
guteka

conduire
gutwara imodoka

voler
kuguruka

faire de la voile

kugashya

calculer

kubara

lire

gusoma

apprendre

kwiga

travailler

gukora

se marier

kurongora

coudre

kudoda

se brosser les dents

uburoso bw'amenyo

tuer

kwica

fumer

kunywa itabi

envoyer

kohereza

grand-mère
nyogokuru

grand-père
sogokuru

père
papa

mère
mama

bébé
uruhinja

fille
umwana w'umukobwa

fils
umwana w'umuhungu

hôte

umushyitsi

tante

masenge

oncle

marume

frère

musaza wange

sœur

mushiki wange

front
agahanga k'imbere

œil
ijisho

épaule
urutugu

doigt
urutoki

visage
isura

menton
akananwa

main
ikiganza

poitrine
ibere

jambe
ukuguru

bras
ukuboko

bébé

uruhinja

homme

umugabo

femme

umugore

fille

umukobwa

garçon

umuhungu

tête

umutwe

dos
umugongo

ventre
inda

nombril
umukondo

orteil
ino

talon
agatsinsino

os
igufa

hanche
amayunguyungu

genou
ivi

coude
inkokora

nez
izuru

fesses
ikibuno

peau
uruhu

joue
itama

oreille
ugutwi

lèvre
umunwa

bouche

mu munwa

dent

iryinyo

langue

ururimi

cerveau

ubwonko

cœur

umutima

muscle

umutsi

poumons

ibihaha

foie

umwijima

estomac

igifu

reins

impyiko

rapport sexuel

igitsina

préservatif

agakingirizo

ovule

intanga

sperme

amasohoro

grossesse

gusama inda

menstruation
imihango

vagin
igituba

pénis
imboro

sourcil
ibitsike

cheveux
umusatsi

cou
ijosi

hôpital
ibitaro

ambulance
imbangukiragutabara

fauteuil roulant
akagare k'abagendana ubumuga

fracture
kuvunika igufa

médecin

muganga

service des urgences

icyumba k'indembe

infirmière

umuforomo kazi

urgence

mu ndembe

inconscient

guta ubwenge

douleur

ububabare

blessure
igikomere

hémorragie
kuva amaraso

crise cardiaque
gufatwa n'umutima

attaque cérébrale
kuziba k'udutsi two mu bwonko

allergie
kwivumbura k'umubiri

toux
inkorora

fièvre
umuriro

grippe
ibicurane

diarrhée
impiswi

mal de tête
kurwara umutwe

cancer
kanseri

diabète
diyabete

chirurgien
muganga ubaga

scalpel
icyuma kibaga umurwayi

opération
kubagwa

CT

ifoto yo mu cyuma

radiographie

radiyo

échographie

isuzuma rikoresha amajwi

masque

agapfukamunwa

maladie

indwara

salle d'attente

icyumba bategererezamo

béquille

imbago yo kwicumba

pansement

pasema

pansement

igipfuko

injection

urushinge

stéthoscope

igipimo cy'umutima

brancard

burankari

thermomètre

igipimo cy'umuriro

accouchement

ivuka

surpoids

umubyibuho ukabije

appareil auditif
unganirangingo y'amatwi

désinfectant
umuti wica mikorobe

infection
ubwandu

virus
virusi

VIH / sida
Virusi itera sida / Sida

médicament
ubuganga

vaccination
gukingira

tablettes
ibinini

pilule
ikinini

appel d'urgence
guhamagara byihutirwa

tensiomètre
igenzura ry'umuvuduko
w'amaraso

malade / sain
urwaye / ufite amagara
meza

Au secours!

Ntabara!

alarme

inzogera itabaza

agression

gusagarira

attaque

igitero

danger

icyateza amakuba

sortie de secours

umuryango unyuramo ukiza
amagara

Au feu!

Inkongi!

extincteur

ikizimyamuriro

accident

impanuka

trousse de premier secours

ibikoresho by'ubutabazi
bw'ibanze

SOS

induru itabaza

police

polisi

Europe

Uburayi

Amérique du Nord

Amerika y'Amajyaruguru

Amérique du Sud

Amerika y'Amagepfo

Afrique

Afurika

Asie

Aziya

Australie

Ositarariya

Océan atlantique

Atalantika

Océan pacifique

Oasifika

Océan indien

Inyanja y'Abahinde

Océan antarctique

Inyanja y'Antagitika

Océan arctique

Inyanja y'Arigitika

Pônord

Amajyaruguru y'Isi

Pôsud

Amagepfo y'Isi

Antarctique

Antaragitika

terre

Isi

pays

ubutaka

mer

ikiyaga

île

ikirwa

nation

igihugu

état

leta

cadran

kadere y'isaha

aiguille des heures

urushinge rw'amasaha

aiguille des minutes

urushinge rw'iminota

aiguille des secondes

ushinge rw'amasegonda

Quelle heure est-il?

ni isaha ki?

jour

umunsi

temps

igihe

maintenant

nonaha

montre digitale

isaha y'imibare

minute

iminota

heure

amasaha

lundi
Ku wa mbere

mercredi
Ku wa gatatu

vendredi
Ku wa gatanu

mardi
Ku wa kabiri

samedi
Ku wa gatandatu

jeudi
Ku wa kane

dimanche
Ku cyumweru

hier
ejo hashize

aujourd'hui
none

demain
ejo hazaza

matin
igitondo

midi
saa sita

soir
ku mugoroba

MO	TU	WE	TH	FR	SA	SU
1	2	3	4	5	6	7
8	9	10	11	12	13	14
15	16	17	18	19	20	21
22	23	24	25	26	27	28
29	30	31	1	2	3	4

jours ouvrables
iminsi y'akazi

MO	TU	WE	TH	FR	SA	SU
1	2	3	4	5	6	7
8	9	10	11	12	13	14
15	16	17	18	19	20	21
22	23	24	25	26	27	28
29	30	31	1	2	3	4

week-end
wikendi

pluie
imvura

arc-en-ciel
umukororombya

vent
umuyaga

neige
neje

printemps
urugaryi

été
iki

automne
umuhindo

hiver
igihe cy'ubukonje

météo
iteganyagihe

thermomètre
igipimo cy'ubushyuhe

lumière du soleil
izuba rirashe

nuage
ibicu

brouillard
ibihu

humidité
ububobere

foudre
umurabyo

tonnerre
inkuba

tempête
umuhengeri

grêle
urubura

mousson
imiyaga ihuha iturutse mu nyanja

inondation
umwuzure

glace
barafu

janvier
Mutarama

février
Gshyantare

mars
Werurwe

avril
Mata

mai
Gicurasi

juin
Kamena

juillet
Nyakanga

août
Kanama

année - umwaka

septembre
....
Nzeri

octobre
....
Ukwakira

novembre
....
Ugushyingo

décembre
....
Ukuboza

formes
amaforoma

cercle
....
uruziga

carré
....
mpandenye

rectangle
....
urukiramende

triangle
....
mpandeshatu

sphère
....
umubumbe

cube
....
kibe

blanc

umweru

jaune

umuhondo

orange

oranje

rose

iroza

rouge

umutuku

violet

isine

bleu

ubururu

vert

icyatsi kibisi

marron

igihogo

gris

ikigina

noir

umukara

beaucoup / peu

byinshi / bike

fâché / calme

urakaye / utuje

joli / laid

mwiza / mubi

début / fin

intangiriro / impera

grand / petit

kinini / gito

clair / obscure

gikeye / kijimye

frère / sœur

musaza / mushiki

propre / sale

gisukuye / cyanduye

complet / incomplet

kirangiye / kitarangiye

jour / nuit

umunsi / ijoro

mort / vivant

wapfuye / muzima

large / étroit

hagari / hafunganye

comestible / incomestible

kiribwa / kitaribwa

méchant / gentil

umugome / ugwa neza

excité / ennuyé

ushishikaye / warambiwe

gros / mince

ubyibushye / unanutse

premier / dernier

mbere / nyuma

ami / ennemi

inshuti / umwanzi

plein / vide

cyuzuye / kirimo ubusa

dur / souple

gikomeye / cyoroshye

lourd / léger

kiremeye / kitaremereye

faim / soif

inzara / inyota

malade / sain

urwaye / ufite amagara
meza

illégal / légal

kemewe n'amategeko /
kibujijwe n'amategeko

intelligent / stupide

umunyabwenge / igicucu

gauche / droite

iburyo / ibumoso

proche / loin

hafi / kure

nouveau / usé

gishya / cyakoze

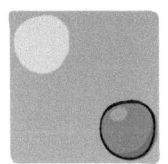

rien / quelque chose

nta kintu gihari / hari ikintu
gihari

vieux / jeune

ushaje / muto

marche / arrêt

atsa / zimya

ouvert / fermé

gifunguye / gifunze

faible / fort

ucecetse / usakuza

riche / pauvre

ukize / ukennye

correct / incorrect

ni byo / si byo

rugueux / lisse

hahanda / hahehereye

triste / heureux

urakaye / wishimye

court / long

mugufi / muremure

lent / rapide

urandaga / wihuta

mouillé / sec

utose / wumye

chaud / froid

ashyushye / ahoze

guerre / paix

intambara / amahoro

0	**1**	**2**
zéro	un	deux
zeru	rimwe	kabiri

3	**4**	**5**
trois	quatre	cinq
gatatu	kane	gatanu

6	**7**	**8**
six	sept	huit
gatandatu	karindwi	umunani

9	**10**	**11**
neuf	dix	onze
icyenda	icumi	cumi na rimwe

12

douze

cumi na kabiri

13

treize

cumi na gatatu

14

quatorze

cumi na kane

15

quinze

cumi na gatanu

16

seize

cumi na gatandatu

17

dix-sept

cumi na karindwi

18

dix-huit

cumi n'umunani

19

dix-neuf

cumi n'icyenda

20

vingt

makumyabiri

100

cent

ijana

1.000

mille

igihumbi

1.000.000

million

miliyoni

anglais

Icyongereza

anglais américain

Icyongereza
cy'Abanyamerika

chinois mandarin

Igishinwa k'ikimandarini

hindi

Igihindi

espagnol

Ikesipanyoro

français

Igifaransa

arabe

Icyarabu

russe

Ikirusiya

portugais

Igiporutigari

bengali

Ikibengari

allemand

Ikidage

japonais

Ikiyapani

je

ge

tu

wowe

il / elle

we / we / we

nous

twe

vous

mwe

ils / elles

bo

qui?

nde?

quoi?

iki?

comment?

gute?

où?

hehe?

quand?

ryari?

nom

izina

derrière
....
inyuma

dans
....
mo imbere

devant
....
imbere ya

au-dessus
....
hejuru ya

sur
....
kuri

en-dessous
....
munsi ya

à côté de
....
iruhande

entre
....
hagati

lieu
....
ahantu